Navigator's Log Book

Name of vessel ....

Port of registration ....

Name of owner ....

Address ....

....

Published by

Imray Laurie Norie & Wilson Ltd

Wych House The Broadway St Ives Cambridgeshire PE27 5BT England

Voyage from _______________________________ **to** ____________________ **Date**_____________

Voyage from _______________________ to _______________________ Date_______________

Voyage from _______________________ to _______________________ Date_____________

Voyage from _________________________ to _________________ Date___________

Voyage from _________________________ **to** _______________ **Date**__________

Voyage from ________________________ to ____________________ Date____________

Voyage from _______________________________ **to** ___________________ **Date**_____________

Voyage from ____________________________ to ____________________ Date____________

Voyage from _______________________ to _______________________ Date_____________

Voyage from _____________________________ to __________________ Date___________

Voyage from _______________________________ to ________________________ Date_______________

Voyage from ________________________________ to _____________________ Date_______________

Voyage from _______________________________ **to** _____________________________ **Date**_______________

Voyage from _____________________ to _________________ Date__________

Voyage from ________________________________ to ____________________ Date____________

Voyage from _______________________________ to _______________________ Date______________

Voyage from _____________________ **to** _____________________ **Date**_____________

Voyage from _____________________________ **to** _________________________ **Date**_______________

Voyage from _______________________ to _______________ Date_________

Voyage from ________________________________ **to** _____________________ **Date**_____________

Voyage from _______________________________ **to** _______________________ **Date**_______________

Voyage from _____________________________ to __________________ Date____________

Voyage from _______________________________ **to** ____________________ **Date**_______________

Voyage from _____________________________ to ___________________ Date______________

Voyage from _______________________________ **to** ___________________ **Date**______________

Voyage from _____________________________ to _____________________ Date_____________

Voyage from _______________________ to _______________ Date__________

Voyage from _____________________________ to _____________________ Date____________

Voyage from _______________________ to _______________________ Date____________

Voyage from _____________________ to _____________________ Date_____________________

Voyage from _______________________________ **to** ___________________________ **Date**_______________

Voyage from _________________________ to _____________________ Date_____________
